உமாவின் பூனைக்குட்டி

குழந்தைக் கவிஞர்
அழ. வள்ளியப்பா

Title: Umaavin Poonaikutty

Author: Azha. Valliappa

Language: Tamil

First Published on: 1922

Year of Publication: 2025

Book Format: Paperback

*Page Size: 6inch * 9inch*

Category: Fiction

Subject: Short Novel

No. of pages: 28

ISBN: 978-81-990343-4-1

Published by: Nilan Publishers, Madurai, Tamilnadu, India

பொருளடக்கம்

குறிப்புகளுக்காக

உமாவின் பூனைக்குட்டி

உமா ஒரு பூனைக்குட்டி வளர்த்து வந்தாள். கீதா என்று அதற்குப் பெயர். கீதா மிகவும் நல்ல பூனைக்குட்டி. திருட்டுத்தனமாக அது பாலைக் குடிக்காது; எங்கேனும் நல்ல காரியமாய்ப் போகும் போது குறுக்கே போகாது; நடு இரவிலே, 'மியாவ், மியாவ்' என்று கத்தித் தூக்கத்தைக் கெடுக்காது.

இப்படிப்பட்ட பூனைக்குட்டியின் மேல் ஒருநாள் உமாவின் அம்மாவுக்குக் கோபம் வந்துவிட்டது. ஏன்? அது ஏதாவது தப்புச் செய்துவிட்டதா? இல்லவே இல்லை. தப்புச் செய்தது உமாதான். ஆனால், அவள் கீதா மீது பழியைப் போட்டுவிட்டாள்.

அன்று, “அம்மா! அம்மா!" என்று கூவிக்கொண்டே அம்மாவிடம் ஓடிவந்தாள் உமா. அப்போது அவள் கையிலே ஒரு கண்ணாடி டம்ளர் இருந்தது. முழுசாக இல்லை;

உடைந்து இரண்டு துண்டுகளாயிருந்தது. அதைக் காட்டி, “இதோ பாரம்மா, நான் காப்பி குடித்துவிட்டு, சுவர் ஓரமாக டம்ளரை வைத்திருந்தேன். கீதா தட்டி உடைத்துவிட்டது என்றாள்.

அதே சமயம் கீதாவும் அங்கே வந்தது. "என்ன, கீதா உடைத்துவிட்டதா! அந்த டம்ளரை வாங்கிச் சரியாக ஒரு வாரம்கூட ஆகவில்லையே... இவ்வளவு நாளும் சாது மாதிரி இருந்ததே இந்தப் பூனைக்குட்டி! இப்போது என்ன கேடு காலம் வந்துவிட்டது? என்று சிறிது கோபமாகக் கூறினாள் உமாவின் அம்மா.

“என்னம்மா, இப்படி என் மேலே பழியைப் போடுகிறீர்களே! நானா டம்ளரை உடைத்தேன்? உங்கள் மகள் உமாதான் காப்பியைக் குடித்துவிட்டு, டம்ளரை அரையின் நடு மத்தியிலே வைத்திருந்தாள். நீங்கள் சாப்பிடக் கூப்பிட் டதும், அவசரம் அவசரமாக ஓடிவந்தாள். வரும்போது அவள் கால் பட்டு டம்ளர் உடைந்துவிட்டது. இதற்கு நான் என்ன செய்வது? -இப்படி இந்தப் பூனைக்குட்டி உடனேயே கேட்டிருக்கும். ஆனால், அதற்குத்தான் பேசத்தெரியாதே! அதனால் உமா சொன்னதை அப்படியே உண்மையென்று அம்மா நம்பிவிட்டாள்.

‘அம்மாவை ஏமாற்றிவிட்டோம்’ என்று உமா அப்போது ஆனந்தப்பட்டாள்.

மறுபடியும் இதேபோல் ஒன்று நடந்தது.

உமா வீட்டுக்கு அடுத்த வீட்டிலே சந்திரா என்று ஒரு பெண் இருந்தாள். இருவர் வீட்டுக்கும் நடுவிலே கம்பி வேலி

போடப்பட்டு இருந்தது. சந்திராவைப் பார்ப்பதற்கு உமா வேலிக் கம்பிகளுக்கு இடையிலே புகுந்து போவதுண்டு. சுற்றிப் போவதற்குச் சோம்பேறித்தனம். ஆனால், இப்படிக் கம்பி வேலிக்குள் உமா புகுந்து செல்வதைப் பார்த்தால் அம்மா கோபிப்பாள். அம்மா பார்க்காதபோதுதான் உமா வேலி வழியாகப் போவாள்.

அன்று உமா வேலி வழியாகப் புகுந்து போனாள். போகும்போது அவளுடைய பாவாடை வேலிக் கம்பியில் இருந்த முள்ளிலே சிக்கிக்கொண்டது. உமா பாவாடையை மெதுவாக எடுத்திருக்கலாம். அம்மா பார்த்து விடுவாளே என்று பயந்து அவசரத்தில் இழுத்தாள். பாவாடை கிழிந்து விட்டது. இரண்டு அங்குல நீளத்திற்கு அந்தப் புதுப் பட்டுப் பாவாடை கிழிந்துபோய்விட்டது.

'ஐயோ, அம்மா பார்ப்பாளே! பார்த்தால் அடிப்பாளே! என்ன செய்வது?' என்று உமா யோசித்தாள். உடனே அவளுக்கு கீதா ஞாபகம் வந்துவிட்டது. உடனே அம்மாவிடம் நேராக ஓடினாள்.

"அம்மா, இந்த கீதாவரவர மோசமாக இருக்கிறதம்மா என்று ஆரம்பித்தாள். ஏன்? அது என்ன செய்துவிட்டது?" என்று கேட்டாள் அம்மா.

'இதோ பாரம்மா, நான் தெருவுக்குப் போய்க்கொண் டிருந்தேன். என் பின்னாலேயே இந்த கீதா ஓடிவந்து. பாவாடையைக் காலாலே பிடித்து இழுத்தது. நகம் பட்டுக் கிழிந்து போய்விட்டதம்மா என்று கூறிப் பாவாடையில் கிழிந்த இடத்தைக் காட்டினாள்.

உடனே அம்மாவுக்குக் கோபம் வந்துவிட்டது. “அடராமா! இது என்ன, சாதாரணப் பாவாடையா! பட்டுப் பாவாடை. முப்பத்தைந்து ரூபாய் கொடுத்து வாங்கியது. இப்படி நாசமாக்கிவிட்டதே இந்தப் பூனைக்குட்டி! இதற்கு என்ன கொழுப்பு!' என்று கூறிக் கொண்டே கீதா நின்ற இடத்துக்குச் சென்றாள். ஆத்திரத்தில் முதுகிலே ஓர் அடி வைத்தாள். பாவம், அது 'மியாவ், மியாவ்' என்று கத்திக்கொண்டே அந்த இடத்தை விட்டு ஓடியது.

‘இந்தத் தடவையும் தப்பி விட்டோம்' என்று உமா சந்தோஷப்பட்டாள்.

இது நடந்து பத்து நாள் இருக்கும். அன்று அப்பா ஆபீஸிற்கு புறப்பட்டு போய்விட்டார். அவர் போனதும், அவருடைய மேஜை அருகே உமா சென்றாள். அங்கிருந்த மேஜைக் கடிகாரத்தை கையில் எடுத்தாள். அப்பாவைப் போல் சாவி கொடுத்துப் பார்க்கவேண்டு மென்பது அவளுடைய ஆசை. ஆபீஸிற்குப் போவதற்குச் சிறிது நேரம் முன்பாகத்தான் அப்பா சாவி கொடுத்தார். அதனால், சாவியைத் திருப்புவது

மிகவும் சிரமமாக இருந்தது. உமா பல்லைக் கடித்துக் கொண்டே திருகினாள். அப்போது 'உமா, உமா' என்று அம்மா கூப்பிடும் சத்தம் கேட்டது. உடனே உமா அவசர அவசரமாக மேஜைமீது கடிகாரத்தை வைக்கப் போனாள். அப்போது கை தவறிவிட்டது. மறுவிநாடி 'டங்' என்ற ஓசையுடன் கடிகாரம் கீழே விழுந்தது! அவ்வளவுதான்; இந்த சத்தத்தைக் கேட்டதும், உமாவின் அருகே நின்று கொண் டிருந்த கீதா பயந்து அறைக்குள் ஓடிவிட்டது அம்மாவும் அப்போது அங்கே வந்துவிட்டாள்.

“ஐயையோ! இந்தக் கடிகாரத்தை யார் தள்ளியது? என்று பதறிக்கொண்டே கீழே விழுந்து கிடந்த கடிகாரத்தினருகே ஓடினாள் அம்மா. கடிகாரத்தைக் கையில் எடுத்துப் பார்த்தாள். முன்னாலிருந்த கண்ணாடி நன்றாக உடைந்துபோய் இருந்தது. முள்ளிலே ஒன்று வளைந் திருந்தது. 'டக் டக்' என்ற சத்தமும் நின்று போய்விட்டது.

உடனே உமா, “ இந்த கீதாவினால் எவ்வளவு தொல்லை! இப்படி அருமையான கடிகாரத்தை உடைத்து விட்டதே!” என்று பூனைக்குட்டிமேல் பழியைப் போட்டாள்.

இதைக் கேட்டதும் அம்மா, “அப்பப்பா! இந்தப் பூனைக் குட்டி செய்கிற அட்டூழியம் தாங்க முடியவில்லை. மேஜை மேல் இருந்த கடிகாரத்தைத் தள்ளி உடைத்துவிட்டதே!” என்றாள்.

''ஆமாம்மா, கீதா அப்பாவுடைய நாற்காலியிலே ஏறி, ஒரே தாவாக மேஜை மேலே தாவியதைப் பார்த்தேன். உடனே, அது கடிகாரத்தைத் தள்ளினாலும் தள்ளிவிடும் என்று பயந்து, மேஜை அருகிலே ஓடினேன். நான் போவதற்குள்ளே கடிகாரத்தைக் கீழே தள்ளிவிட்டு ஓடிப்போய்விட்டது! எவ் வளவு அழகான கடிகாரம்! என்று பொருத்தமாகப் பொய் சொன்னாள் உமா. 'நான்தான் கை தவறிப்போட்டுவிட்டேன்' என்று சொன்னால், அம்மா அடிப்பாளே என்ற பயம். அதனால் தான் இப்படிப் புளுகினாள்.

உடனே அம்மாவுக்குக் கீதாமேல் சொல்ல முடியாத கோபம். 'வீட்டிலே ஒரு சாமான் வைக்கவிடாது போலிருக் கிறதே! சேச்சே, உன் அப்பாவுக்கு இது தெரிந்தால் இந்தப் பூனைக்குட்டியை வீட்டைவிட்டே துரத்திடுவார் என்றாள் அம்மா.

இதைக் கேட்டதும், உமாவுக்குத் 'திக்' கென்றது. "ஐயையோ! அம்மா சொன்ன மாதிரி அப்பா செய்து விட்டால், அப்புறம் எனக்கு எப்படிப் பொழுதுபோகும்? கீதா என்னிடத்திலே எவ்வளவு பிரியமாயிருக்கிறது! பாவம், நான் செய்த தப்புக்கெல்லாம் அது திட்டுவாங்குகிறது. அம்மா அன்றைக்கு அடித்துக்கூடப் போட்டுவிட்டாள். இனிமேல் இப்படி அதன் மேல் நான் பழி போடவே மாட்டேன். இது தான் கடைசித்தடவை" என்று தனக்குத்தானே சொல்லிக் கொண்டாள்.

இது நடந்த தினத்தன்று இரவு அப்பா ஆபீஸிலிருந்து வர வெகு நேரமாகிவிட்டது. அவர் வருவதற்குள் உமா தூங்கி விட்டாள்.

மறுநாள் காலை மணி ஏழு இருக்கும். உமா படுக்கையை விட்டு எழுந்தாள். வழக்கமாகத் தலைமாட்டிலே வந்து உட்கார்ந்திருக்கும் கீதாவை அன்று காணவில்லை. உடனே உமா சுற்றுமுற்றும் பார்த்தாள். கீதாவைக் காணோம். ஒவ்வொரு அறையாகத் தேடிப்பார்த்தாள். அங்கும் இல்லை. அம்மாவிடம் சென்று, '"அம்மா, கீதா எங்கே அம்மா? என்று கேட்டாள்.

'அந்தப் பூனைக்குட்டி எங்கே தொலைந்தால் நமக்கு என்ன? உன் அப்பா நேற்று இரவு வந்ததும் நடந்ததைச் சொன்னேன். அவருக்கு வந்த கோபத்திலே, அந்தப் பொல்லாத பூனைக்குட்டியைப் பிடித்து வீட்டுக்கு வெளியே தள்ளிக் கதவை அடைத்து விட்டார். அது வாசலில் கொஞ்ச நேரம் கத்திக் கொண்டே கிடந்தது. அப்புறம் என்ன ஆனதோ? எவனாவது பிடித்துக்கொண்டு போயிருப்பான். போகட்டும் சனியன்' என்றாள் அம்மா.

"ஐயோ, என் கீதாவே!" என்று கத்திக்கொண்டே அடுத்த வீட்டுக் குழந்தைகளிடம் ஓடினாள் உமா. "கீதாவைப் பார்த்தீர்களா? என் கீதாவைப் பார்த்தீர்களா?" என்று

கேட்டாள். எல்லோரும் பார்க்கவில்லை என்ற பதிலையே சொன்னார்கள்.

பாவம் உமாவுக்கு ஒரே கவலை. கண்ணீர் விட்டுக் கொண்டேயிருந்தாள். சரியாகச் சாப்பிடக்கூட இல்லை. விளக்கு வைக்கும் நேரத்தில் அடுத்த வீட்டுச் சந்திரா வந்தாள். அவள் கீதா கிடைத்ததா என்று விசாரிக்க வந்தாள். அவளைத் தனியாக அழைத்துக் கொண்டு போய் உமா சொன்னாள்: "சந்திரா, என் கீதா இப்போது எங்கே இருக்கிறதோ? என்ன கஷ்டப்படுகிறதோ? பாவம், அது ஒரு பாவமும் அறியாது. நான்தான் அடிக்கடி தப்புப் பண்ணிவிட்டு, அதன் மேலே பழியைப் போட்டேன். அப்பா அம்மா அடிப்பார்களே என்று பயந்துதான் அப்படிச் செய்தேன். கோபத்தில் அப்பா கீதாவை வீட்டைவிட்டுத் துரத்தி விட்டார்." இப்படி அழுது கொண்டே கூறினாள்.

உடனே சந்திரா, "என்ன! தப்புப் பண்ணியதெல்லாம் நீ தானா? என்று ஆச்சரியத்தோடு கேட்டாள்.

உமா நடந்ததை அப்படி அப்படியே சொன்னாள். சந்திரா உமா பேச்சைக் கேட்டதும், 'சரி தான், பொய் சொன்னால் கடவுள் தண்டனை கொடுத்து விடுவாராம். என் அம்மா சொல்லியிருக்கிறாள். நீ பொய் சொன்னாய். அதனாலே கடவுள் கீதாவைக் காணாமல் போகச் செய்து விட்டார். நீ இது. மாதிரி பொய் சொல்லலாமா?' என்றாள்.

'தெரியாமல் பொய் சொல்லிவிட்டேன் சந்திரா. எனக்குக் கடவுள் தண்டனை கொடுத்துவிட்டார்... ஐயோ, என் கீதா!'' என்று அழ ஆரம்பித்துவிட்டாள். இரவில் சாப்பிடாமலே அவள் படுத்துக் கொண்டாள். ஆனால் தூக்கம்தான் வரவில்லை. கீதாவைப் பற்றியே நினைத்துக் கொண்டிருந்தாள்.

மறுநாள் பொழுது விடிந்தது. உமா உடனே எழுந்தாள். வீட்டை விட்டு வெளியே கிளம்பினாள். நேராக அரை மைல் தூரத்திலுள்ள கோயிலுக்குப் போனாள். அது ஒரு முருகன் கோயில். பழைய காலத்துக் கோயில். அந்தக் கோயிலுக்குள் உமா போய் முருகன் சந்நிதியில் நின்றாள். "கடவுளே, நான் செய்ததெல்லாம் தப்பு. பொய் சொன்னேன். அதனாலே என் பூனைக் குட்டியைக் காணாமல் போகும்படி செய்துவிட்டாய். இனிமேல் நான் பொய்யே சொல்லமாட்டேன். பூனைக்குட்டி மேலே அநியாயமாய்ப் பழி போடமாட்டேன். கடவுளே, என் பூனைக்குட்டியைத் திரும்பி வரும்படி செய்ய மாட்டாயா?" என்று கும்பிட்டுக்கொண்டே கெஞ்சிக் கேட்டாள்.

பிறகு முருகன் இருக்கும் இடத்தை மூன்று தடவை சுற்றி வந்தாள். கடைசியாக முருகன் சந்நிதிக்கு நேரே வந்து மண்டியிட்டுக் கும்பிட்டாள். அப்போதும், "கடவுளே, என் பூனைக்குட்டி திரும்பி வரும்படி செய்ய மாட்டாயா?" என்று தான் வேண்டினாள்.

அப்படி அவள் வேண்டிக் கொண்டிருக்கும் போதே 'மியாவ் மியாவ்' என்ற குரல் கேட்டது. உடனே உமா ஆவலாக நிமிர்ந்து பார்த்தாள். எதிரே உமாவின் பூனைக்குட்டி கீதா நின்று கொண்டிருந்தது! ஆம் உமாவின் கீதாவேதான்!

'ஆ. கீதா!'' என்று கூறிக்கொண்டே ஆசை ஆசையாக கீதாவைக் கட்டிப்பிடித்துத் தூக்கினாள் உமா. பத்துப் பதினைந்து முத்தங்கள் கொடுத்தாள். பிறகு முருகக் கடவுளைப் பார்த்து, ''சுவாமி, என் கீதா கிடைத்து விட்டது. என் இஷ்டப்படி செய்துவிட்டாய். போய்வருகிறோம்" என்று கூறி விட்டுக் குதூகலமாக வீடு நோக்கி வந்து கொண்டிருந்தாள்.

கொஞ்ச தூரம் வந்திருப்பாள். அப்போது எதிரே ஓடி வந்த சந்திரா, உமாவைக் கீதாவுடன் கண்டதும், 'உமா கோயிலில் தானே கீதா இருந்தது? என்று கேட்டாள்.

''ஆமாம். அது எப்படி உனக்குத் தெரியும்?'' என்று கேட்டாள் உமா.

'விஷயத்தைக் கேள். உன் அப்பா கொஞ்ச நேரத்திற்கு முன்பு என் அப்பாவோடு பேசிக்கொண்டிருந்தார். அப்போது அவர் சொன்னதெல்லாம் என் காதில் விழுந்தது, முந்தாம் நாள் அவர் வீட்டுக்கு வந்ததும், கடிகாரத்தை கீதா உடைத்ததாக உன் அம்மா சொன்னாளாம். உடனே உன் அப்பா மிகவும்

கோபப்பட்டாராம். நேற்றுக் காலையில் நீ எழுந்திருப்பதற்கு முன்பே அவர் எழுந்துவிட்டாராம். எழுந்ததுமே கீதாவை நேராக முருகன் கோயிலுக்குக் கொண்டு போனாராம். அந்தக் கோயில் மடப்பள்ளியிலே எலிகளின் தொந்தரவு அதிகமாம். அங்கே எலிகளைப் பிடிக்கப்பல பூனைகளைக் கொண்டுவந்தார்களாம். அவைகளெல்லாம் எலிகளைப் பிடித்துத் தின்பதோடு மடப்பள்ளியிலே இருக்கிற சோறு, பால், நெய் இவைகளையும் ருசி பார்த்து விடுமாம். அதனால் திருடித் தின்னாத ஒரு பூனை வேணுமென்று அந்த மடப்பள்ளிக்காரர் உன் அப்பாவிடம் எப்போதோ சொன்னாராம். உன் அப்பா இதுதான் சமயமென்று கீதாவை அங்கே கொண்டு போய் விட்டுவிட்டார். உன்னிடம் சொன்னால், உடனே ஓடிப்போய் கீதாவைக் கொண்டுவந்து விடமாட்டாயா? அதனால் தான், வெளியே விரட்டிவிட்ட தாகவும், யாரோ பிடித்துக் கொண்டு போய்விட்டதாகவும் கதை கட்டியிருக்கிறார்கள்.

'இன்னொன்றும் உன் அப்பா சொன்னார். கீதா இல்லாததால் நீ சாப்பிடவே இல்லையாம். அதனாலே எப்படியும் இன்றைக்கு கீதாவைத் திருப்பி வாங்கி வந்து விடுவதாகச் சொன்னார். அவருக்கு முன்னாலே நான் போய், கீதாவைக் கொண்டு வர நினைத்து ஓடி வந்தேன், எனக்கு முன்னாலே நீ போய்க் கொண்டு வந்துவிட்டாயே!' என்றாள் சந்திரா.

“அடடா, அப்படியானால் நான் சாமி கும்பிடுகிற போது, மடப்பள்ளியிலிருந்து என்னைப்பார்த்துவிட்டு என் கீதா ஓடி

வந்திருக்கிறது! அப்படித்தானே கீதா?' என்று கீதாவைப் பார்த்துக் கேட்டாள்.

அது 'ஆம்' என்பதுபோல் 'மியாவ் மியாவ்' என்றது.

''சரி சந்திரா, நான் உடனே ஓடிப்போய், 'கீதா தப்புச் செய்யவே இல்லை. தப்பெல்லாம் என் மேலேதான். என்னை மன்னித்துவிடுங்கள்' என்று அப்பா அம்மாவிடம் சொல்லப் போகிறேன். அப்பாவும் அம்மாவும் இனிமேல் இந்த கீதா மேல் கோபம் கொள்ளவே மாட்டார்கள். நானும் இனிமேல் இந்த கீதாமீது பழியைப் போடவே மாட்டேன்'' என்று கூறிக் கொண்டே வீட்டை நோக்கி வேக வேகமாக ஓடினாள் உமா.

அன்று ராஜம் பள்ளிக்கூடத்திலிருந்து வீட்டுக்கு வந்தாள். வந்ததும் 'அம்மா, அம்மா' என்று கூப்பிட்டுக்கொண்டே அம்மாவின் அருகே சென்றாள்.

“என்ன ராஜம்? என்று கேட்டாள் அம்மா. . 'ஏம்மா, மல்கோவா மாம்பழம் எப்படியம்மா இருக்கும்? "நல்ல குண்டாயிருக்கும். நிறம் மஞ்சளாயிருக்கும்.'' “அல்வா மாதிரி இனிப்பாயிருக்கும். இல்லையாம்மா?"

'"ஆமாம், அதற்கு என்ன?''

'இன்றைக்கு, எங்கள் பள்ளிக்கூடத்திலே ஒரு பாட்டு சொல்லித் தந்தார்கள்?'

"பாட்டா? அது என்ன பாட்டு?"

"மாம்பழப் பாட்டு. மல்கோவா மாம்பழத்தைப் பற்றிப் பாட்டு பாடிக் காட்டவா?"

"எங்கே பாடு, கேட்கலாம்."

"மாம்பழம், மாம்பழம்,
மல்கோவா மாம்பழம்.
சேலத்து மாம்பழம்,
தித்திக்கும் மாம்பழம்.
அழகான மாம்பழம்,
அல்வாபோல் மாம்பழம்.
தங்கநிற மாம்பழம்,
உங்களுக்கும் வேணுமா?
இங்கு ஓடி வாருங்கள்,
பங்கு போட்டுத் தின்னலாம்."

என்று ராஜம் பாடினாள்.

“அடே, பள்ளிக் கூடத்திலே சேர்ந்து மூன்று மாதங்கூட ஆகவில்லை. இதற்குள்ளே நன்றாகப்பாடுகிறாயே!” என்று ஆனந்தமாகக் கூறினாள் அம்மா.

"அது இருக்கட்டும் அம்மா. எனக்கு அந்த மாதிரி ஒரு மாம்பழம் வேணும் அம்மா- வாங்கித் தருவாயா அம்மா?" என்று ஆசையாக ராஜம் கேட்டாள்.

ஓ, கட்டாயம் வாங்கித் தருவேன். ஆனால் இப்போது மாம்பழம் கிடைக்காது. மாங்காய்தான் கிடைக்கும். இன்னும் கொஞ்ச நாளிலே மாங்காயெல்லாம் மாம்பழமாகி விடும். பழம் வருகிற காலத்திலே கட்டாயம் உனக்கு வாங்கித் தருவேன்.”

“சரியம்மா, கட்டாயம், கட்டாயம், கட்டாயம் வாங்கித் தரவேணும்" என்றாள் ராஜம்.

பிறகு ராஜத்துக்கு அடிக்கடி மல்கோவாமாம்பழம் ஞாபகம் வந்துவிடும். அப்போதெல்லாம் அவள் அம்மாவிடம் போய், “ஏம்மா, அந்தக் காயெல்லாம் இப்போது பழுத்திருக்குமா? பழுத்ததும் நிச்சயமாய் வாங்கித் தருவாய். இல்லையாம்மா?" என்று ஆசையாகக் கேட்பாள்.

'சீக்கிரம் பழுத்து விடும். பழுத்ததும், கூடைக்காரன் நமது தெருவுக்குக் கொண்டு வருவான். கட்டாயம் வாங்கித் தருவேன்'' என்று அம்மா பதில் சொல்லுவாள்.

அன்று சனிக்கிழமை . காலை மணி ஏழு இருக்கும். ராஜம் முகப்பு வாசலில் நின்று பல் துலக்கிக் கொண்டிருந்தாள். அப்போது ஒரு குரல் கேட்டது. உடனே ராஜத்தின் முகம் மலர்ந்தது.

"மாம்பழம்... மாம்பழம்.... மல்கோவா மாம்பழம்...''

இந்தக் குரலைக் கேட்டதும் ராஜம் குரல் வந்த பக்கமாகப் பார்த்தாள். ஒரு கூடைக்காரன் மாம்பழங்களுடன் தெருவிலே வந்து கொண்டிருந்தான்.

உடனே ராஜம் பரபரப்போடு, ''ஏ மாம்பழம்... மாம்பழம்... இங்கே வா. சீக்கிரம் வா" என்று மாம்பழக் காரனைக் கூப்பிட்டாள்.

மாம்பழக்காரன் அருகிலே வந்ததும், "இங்கேயே இரு. போய்விடாதே! அம்மாவைக் கூட்டிக் கொண்டு ஒரு நொடியிலே வருகிறேன்" என்று கூறி விட்டு ராஜம் வீட்டுக்குள்ளே ஓடினாள். "அம்மா, அம்மா மாம்பழம் அம்மா. கூடைக்காரன் வாசலிலே காத்திருக்கிறான் அம்மா. சீக்கிரம்

வாம்மா என்று கூறி அம்மாவின் கையைப் பிடித்து வாசலுக்கு இழுத்து வந்தாள்.

'அம்மா மாம்பழங்களைப் பார்த்தாள். பெரிதாகக் குண்டு குண்டாக இருந்தன. டஜன் என்ன விலை?' என்று கேட்டாள். கூடைக்காரன் ஐந்து ரூபாய் சொன்னான். அம்மா பேரம் பேசிப் பார்த்தாள். கடைசியாக மூன்று ரூபாய்க்குத் தம்படி குறையாது' என்று கண்டிப்பாகச் சொல்லிவிட்டான் கூடைக் காரன்.

'விலை அதிகம். அதனாலே ஒரே ஒரு பழம் போதும். அதுவும் இந்தக் குழந்தைக்காகத்தான் என்று சொல்லி நாலணாவைக் கொடுத்து ஒரு பழத்தை வாங்கினாள் அம்மா. அதை ராஜத்தின் கையிலே கொடுத்தாள்.

வீட்டுக்குள்ளே போனதும், "ஏம்மா, இதை இப்போதே நறுக்கித் தின்னலாமா? என்று கேட்டாள் ராஜம்.

"காலையில் வெறும் வயிற்றிலே சாப்பிடக்கூடாது. பலகாரம் சாப்பிட்டவுடனே சாப்பிடலாம்."

"சரி அம்மா என்று கூறிவிட்டு ராஜம் முகம் கால் கைகளை அலம்பிக் கொண்டாள். பலகாரம் சாப்பிட வந்து உட்கார்ந்தாள். அப்போது சமையல் கட்டுப் பக்கமாக இருந்த வேப்ப மரத்தில் நாலைந்து காக்கைகள் வந்து உட்கார்ந்தன.

அவை சும்மா உட்கார்ந்து இருக்கவில்லை. "கா... கா... கா... என்று விடாமல் சிறிது நேரம் கத்திக் கொண்டேயிருந்தன.

காக்கைகள் கத்துவதைக் கேட்ட அம்மா, “சரிதான்- இன்றைக்கு யாரோ விருந்தாளி வரப்போகிறார்கள் என்றாள்.

இதைக்கேட்ட ராஜம், "அது எப்படியம்மா உனக்குத் தெரியும்?" என்று கேட்டாள்.

“காக்கை கத்தினால், நிச்சயம் விருந்தாளி வருவார்கள் பாரேன். இன்றைக்கு யாராவது வருவார்கள் என்றாள் அம்மா.

"யார் வருவார்கள்?... ம், எனக்குத் தெரியும். மாமாதான் வரப் போகிறார் என்று மகிழ்ச்சியோடு சொன்னாள் ராஜம்.

“மாமா வருவாரோ அல்லது வேறு யார் வருவார்களோ? ஆனால், கட்டாயம் யாராவது வரத்தான் போகிறார்கள். காக்கை சும்மா கத்தாது என்றாள் அம்மா.

“மாமாதான் நிச்சயம் வருவார். வேணுமானால் பாரேன்... ஆமாம், மாமா வந்தால் எப்போது வருவார்? இப்போதே வருவாரா? அல்லது மத்தியானந்தான் வருவாரா?” என்று கேட்பாள் ராஜம்.

"எப்போது வேணுமானாலும் வரலாம். இரவிலே கூட வரலாம்'' என்றாள் அம்மா.

"சரியம்மா. நான் இந்த மாம்பழத்தை இப்போது சாப்பிட மாட்டேன். மாமா வந்தவுடனேதான் சாப்பிடுவேன். மாமா வுக்கு இதிலே பாதியைக் கொடுத்துவிடுவேன் என்றாள் ராஜம்.

"அடே, மாமா பேரிலே உனக்கு எவ்வளவு பிரியம்!'' என்று கூறிவிட்டு அம்மா ஏதோ வேலையில் இறங்கிவிட்டாள்.

ராஜம் அன்று காலையில் மாமாவை எதிர் பார்த்தாள். மாமா வரவில்லை. மத்தியானமாவது வருவார் என்று நினைத்தாள். அப்போதும் வரவே இல்லை.

"என்ன இது, இந்த மாமா இன்னும் வரவில்லையே! காக்கை கத்தினால் கட்டாயம் விருந்து வரும் என்று அம்மா சொன்னாளே. பொய்யாகவா இருக்கும்?... சேச்சே, அம்மா பொய் சொல்லுவாளா?... மாமாதான் வரவில்லை. வேறு யாருமே வரவில்லையே! ஒருவேளை இரவில் வந்தால்... உம் உம், எப்படியும் இன்றைக்கு மாமா வந்துவிடுவார்'' என்று ராஜம் நினைத்தாள்.

பொழுது சாயும் நேரம். தெருத் திண்ணையில் உட் கார்ந்து, மாமா வருகிறாரா, வருகிறாரா என்று எதிர்பார்த்துக்

கொண்டிருந்தாள் ராஜம். மாமா வரக் காணோம். நேரம் போய்க்கொண்டேயிருந்தது.

தூக்கம் கண்ணைச் சுழற்றியது. அப்படியே திண்ணையில் ராஜம் படுத்துத் தூங்கிவிட்டாள். வழக்கமாக விளக்கு வைக்கும் நேரத்தில் அவள் தூங்கிவிடுவாள். அப்புறம் அவளை எழுப்புவது மிகவும் சிரமம். மறுநாள் காலையில்தான் எழுந்திருப்பாள்.

அம்மா வந்து பார்க்கும்போது, ராஜம் நன்றாகத் தூங்கி விட்டாள். அம்மா எவ்வளவுதான் தட்டி எழுப்பியும் ராஜம் எழுந்திருக்கவில்லை. “ராஜம், மாம்பழம் வேண்டாமா? மல் கோவா மாம்பழம். ம்... எழுந்திரு என்றெல்லாம் அம்மா சொல்லியும் அவள் விழிக்கவில்லை. அப்படியே அவளைத் தூக்கி வந்து அம்மா உள்ளே படுக்க வைத்தாள்.

மறுநாள் காலை மணி ஏழு இருக்கும். ராஜம் எழுந்தாள். உடனே அவளுக்கு மாம்பழ நினைவு வந்துவிட்டது. நேராக அம்மாவைத் தேடி அடுப்பங்கரைக்குப் போனாள். அம்மா அங்கு இல்லை. வேலைக்காரிதான் இருந்தாள். “அம்மா எங்கே?" என்று அவளைக் கேட்டாள், ராஜம்.

அம்மா மார்க்கெட்டிற்குப் போயிருப்பதாக வேலைக்காரி சொன்னாள். உடனே மாம்பழத்தைத் தேடிப் பார்த்தாள், ராஜம். இருக்கும் இடம் தெரியவில்லை. உக்கிராண

அறைக்குள் வைத்திருப்பதாக வேலைக்காரி சொன்னாள். அந்த அறை பூட்டி இருந்தது. சாவியை அம்மா எடுத்துப் போயிருந்தாள்.

“சரி, அம்மா வரட்டும் என்று கூறிவிட்டு, வாசலில் அம்மாவை எதிர்பார்த்து நின்றாள் ராஜம். அப்போது, நாலைந்து காக்கைகள் வந்து திண்ணையில் உட்கார்ந்தன. உடனே ராஜம் முகத்தைச் சுளித்துக் கொண்டே காக்கை களைப் பார்த்தாள். 'உஸ்... உஸ்' என்று கோபமாக அவற்றை விரட்ட ஆரம்பித்தாள்.

அப்போது அம்மா வந்து விட்டாள். “என்ன ராஜம், ஏன் இப்படி விரட்டுகிறாய்?' என்று கேட்டாள். ‘இந்தக் காக்கைகளை நம்பக்கூடாது அம்மா. நேற்று இந்தக் காக்கைகள் கத்தியதைக் கேட்டுவிட்டுத்தானே விருந்து வரப்போவதாக நீ சொன்னாய்? விருந்து வந்ததா? நான் கூட மாமா வருவாரென்று மாம்பழத்தைச் சாப்பிடாமலே வைத்திருந்தேன். பொய் சொல்கிற காக்கையை உதைக்க வேணும் அம்மா' என்று ஆத்திரத்தோடு சொன்னாள் ராஜம்.

"சரி போகட்டும். வா, மாம்பழத்தை எடுத்துத் தருகிறேன். பல் துலக்கிவிட்டுப் பலகாரம் சாப்பிடுகிறபோது அதையும் சாப்பிடலாம் என்று கூறிக்கொண்டே ராஜத்தை வீட்டுக்குள்ளே அழைத்துவந்தாள் அம்மா. உக்கிராண அறையைத் திறந்தாள். மாம்பழம் வைத்த இடத்தை

நெருங்கினாள். உடனே 'ஐயோ, இது என்ன! எலி மாம்பழத்தைக் கடித்து விட்டதே! அட ராமா, எப்போதும் ஜன்னல் கதவைச் சாத்தி வைப்பேன். நேற்றுத் திறந்து போட்டுவிட்டேனே!" என்று பதறிக் கொண்டே மாம்பழத்தைக் கையில் எடுத்துப் பார்த்தாள். ராஜமும் அதை உற்றுப் பார்த்தாள். மாம்பழத்தில் கொஞ்ச பாகத்தை எலி கடித்துத் தின்றிருந்தது. அதைப் பார்த்ததும், 'ஏம்மா, எலி முழு மாம்பழத்தையும் சாப்பிட்டு விட்டதா? இல்லையே! கொஞ்சத்தைத் தானே கடித்துத் தின்றிருக்கிறது? மிச்சத்தைக் கொடம்மா. நான் சாப்பிடுகிறேன்'' என்று கையை நீட்டினாள்.

'வேண்டாம் ராஜம். எலி கடித்ததைச் சாப்பிடக்கூடாது. வேறு ஒரு மாம்பழம் வாங்கித் தருகிறேன்'' என்றாள் அம்மா. உடனே ராஜத்தின் முகம் சுருங்கிவிட்டது. ''போம்மா. நீ எப்போது வாங்கித் தருவாயோ!... எனக்கு இப்போதே வேணும். இந்த இடத்திலே வேணும். ம்... ம்... மல்கோவா மாம்பழம்... மல்கோவா மாம்பழம்'' என்று சிணுங்க ஆரம்பித்தாள்.

அம்மா சமாதானப் படுத்திப் பார்த்தாள். ராஜம் கேட்கவில்லை. அப்போது யாரோ கதவு தட்டும் சத்தம் கேட்டது. உடனே அம்மா ஓடிப் போய்க் கதவைத் திறந்தாள். எதிரில் ராஜத்தின் மாமா நின்று கொண் டிருந்தார். அவரைக் கண்டதும், ''அடடா, அண்ணாவா? நல்ல சமயத்தில் வந்தீர்கள்.

ராஜம், ராஜம், இதோ உன் மாமா வந்திருக்கிறார். இங்கே வந்து பார்'' என்று உரக்கக் கூவினாள்.

'போம்மா. அந்தக் காக்கைகளைப்போலே நீயும் பொய் சொல்லி ஏமாற்றத்தானே பார்க்கிறாய்? இப்போது எனக்கு மாமா வேண்டாம். மல்கோவா மாம்பழந்தான் வேணும்'' என்று அறைக்குள் இருந்தபடியே கத்தினாள் ராஜம்.

உடனே மாமா அறைக்குள் ஓடினார். "ராஜம் உனக்கு மல்கோவா மாம்பழந்தானே வேணும்? இதோ பார். கூடை நிறைய மல்கோவா'' என்று கூறிக்கொண்டே ராஜத்தின் முன்னால் கையிலிருந்த கூடையைக் கவிழ்த்தார். குண்டு குண்டாயிருந்த அந்த மாம்பழங்கள் இங்குமங்குமாக உருண்டு ஓடின. ராஜம் உடனே குதித்து எழுந்தாள். மாம் பழங்களை யெல்லாம் ஒன்று சேர்த்து வைத்துவிட்டு, ஒரு மாம்பழத்தைக் கையில் எடுத்தாள் "மாமா, மாமா, இது உனக்கு என்று கூறி மாமாவிடம் அந்த மாம்பழத்தை நீட்டினாள்.

இன்னொரு மாம்பழத்தை அம்மாவிடம் கொடுத்து. '''அம்மா இது உனக்கு'' என்றாள். மூன்றாவதாக ஒரு மாம்பழத்தை எடுத்து வாயில் வைத்துக் கடித்தாள். மிகவும் ருசியாக இருந்தது. உடனே,

மாம்பழம் மாம்பழம்
மல்கோவா மாம்பழம்

என்ற பாட்டைக் குதித்துக் கொண்டே பாட ஆரம்பித்தாள்.

★★★

9 788199 03434